RÉSIDENCE SUPÉRIEURE AU TONKIN

MANUEL

en quôc -ngu

du

GRADÉ DE LA GARDE INDIGÈNE

Ecole du Soldat

Ecole de Groupe

Ecole de Section

Instruction du tir

1929

MANUEL

EN QUỐC NGỮ

du Gradé de la Garde Indigène

ECOLE DU SOLDAT
Nói về cách dậy cùng học

Ecole du soldat là những sự lính phải biết rõ để mà tập cho tốt và đánh trận cho tinh

Instruction individuelle là cách dậy học từng người một là chính gốc dậy lính là nên phải cần mẫn mà dậy và lính phải cố sức mà học.

Instructeur là một người coi hay là một người lính cũ.

Instructeur bao giờ thì cũng phải ăn ở tử tế, ăn mặc cho sạch sẽ, ở đâu cũng phải theo phép để làm gương tốt cho lính theo ; ở đâu cũng phải đứng đắn, khi tập thì phải nhanh chai.

Bảo gì thì cũng phải vững vàng. nhưng mà nói gì thì phải nói cho nhẹ nhàng khoan thai, cũng có tính chịu khó, làm gì thì phải làm cho mở trí khôn của lính, chỉ khi cần lắm thì mới được mó đến thôi.

Cái bài thì trước tập, ở trường tập, rồi sau tập các chỗ ở ngoài đồng.

Mỗi bọn độ mấy người mà thôi.

Khi mới dậy một bài tập phải theo như sau này:

1° -- Người dậy làm cái bài tập trước mà làm từng bậc một, làm đến đâu thì cắt nghĩa đến đấy.

2° -- Rồi sau mỗi lính mới tập một mình mà tập từng bậc một; người dậy xem từng người lính một để mà sửa sang lại những bậc nào làm hỏng.

3° -- Sau mỗi lính tập luôn.

4° -- Lúc khi lính biết cái bài ấy rồi, thì người dậy hô để cho lính tập từng bậc một.

5° -- Người dậy hô để mà lính tập luôn.

Khi mới tập, thì lính phải tập thong thả sau thì tập nhanh dần dần như dịp bước đi, nhưng mà lúc nào thì người dậy cũng bắt lính tập cho nhanh, mạnh và im không được nói.

Rồi sau người dậy đem lính nó đi tập các chốn ở ngoài đồng, ở đấy vừa tập như trước, vừa học cách tìm cái địa thế có ích.

Có hai thứ bài tập :

1. -- Những bài tập khi không có súng.

2. -- Những bài tập khi có súng.

Mouvements sans armes

(Những bài tập không có súng)

Garde à vous (Đứng im)

Hai gót chân khép lại, hai bàn chân mở ra cho đều nhau, hai đầu gối cho thẳng, mình cho ngay, rửa về đẳng trước một ít, cánh tay cho thẳng, bàn tay mở ra, các ngón tay khít mấy nhau, đầu ngay, mắt trông thẳng về đẳng trước.

Repos (Nghỉ)

Cứ đứng trong hàng nhưng mà có thể động cựa được.

Salut (Chào)

Phép chào thì đem tay phải lên mở ra để vào cạnh bên hữu nón, bàn tay thẳng xuôi mấy cánh tay, các ngón tay khép lại cho thẳng, lòng bàn tay ngửa về đẳng trước, cánh tay ngay bằng vai. Phải làm cho nhanh.

Khi chào thì phải tươi mặt lên và trông vào người mình chào.

Xong rồi thì kéo bàn tay xuống hàng cho nhanh.

A droite -- Droite (gauche) — (gauche)

(Quay mình về bên phải hay là bên trái)

Quay mình về bên phải (hay trái) bằng gót chân trái, nưng đầu bàn chân trái và nhấc bàn chân phải lên một ít, rồi đem gót chân phải vào bên gót chân trái cho bằng nhau.

Demi à droite -- Droite

(gauche) — (gauche)

(Quay một nửa về bên phải hay là bên trái)

Làm như bậc à droite nhưng mà chỉ quay một nửa mà thôi.

Demi — tour — Droite

(Quay về đẳng sau)

Quay một phần về bên phải bằng gót chân trái, đem chân phải về đẳng sau, dữa bàn chân phải thẳng gót chân trái cách 10 phân tây, quay về đẳng sau bằng hai gót chân, nâng hai đầu bàn chân lên một ít, hai kheo cho thẳng rồi đem gót chân phải liền vào gót chân trái.

Pas cadencé — (Đi bước cho đều)

Một bước là 75 phân tây. đi thường thì trong một phút được 120 bước.

En avant — Marche — (Đi lên)

Đem bàn chân trái về đằng trước, đặt xuống Đất cách xa chân phải 75 phân tây, kiễng gót chân phải lên.

Nhấc chân phải lên đem về đằng trước cũng như là cách mực chân trái, rồi cứ thế đi luôn cho đều, tay cứ đưa-đi đưa-lại và đầu trông cho thẳng.

Section — Halte — (Đứng lại)

Khi nghe tiếng hô: *Halte* vào chân phải (trái) thì bước chân trái (phải) lên một bước nữa, đứng lại rồi đem chân phải (trái) vào với chân trái (phải) mà đứng lại cho bằng.

En arrière — Marche (Lui về đằng sau)

Bước lui về đằng sau bằng chân trái trước, rồi bước chân phải lại cũng như chân trái từng bước ngắn một cho đến khi hô.

Section — Halte — (Thì đứng lại)

Pas gymnastique — (Chạy)

Một bước là 90 phân tây, đi thường thì một phút được 180 bước.

Pas gymnastique — Marche — (Chạy đi)

Khi người ta hô: *Pas gymnastique*, rứa mình về đằng trước một ít, nắm hai nắm-tay lại, để ngang vào cho xương bả.

Khi người ta hô : *Marche*, đem chân trái về đằng trước, rún kheo một ít, chân đi rà mặt đất, đặt chân trái xuống đất, cách chân phải 90 phân tây. Rồi bước chân phải đi lên trước cũng như chân trái, mà cứ chạy luôn, cánh tay đưa-đi đưa-lại và mình cho mềm.

Section — Halte — (Đứng lại)

Khi nghe người ta hô : *Section*, thì thẳng mình lên và bước châm chậm.

Khi nghe tiếng hô : *Halte*, đặt cái chân đương đi xuống đất, đứng lại rồi đem cái chân đằng sau vào bên chân trước.

Pas cadencé — Marche (Đi bước cho đều)

Cứ đi như Pas-cadencé.

Pas de course — Marche

Cũng như chạy « *Pas gymnastique* » như mà chạy cho rõ thật khỏe.

Marquez le pas — Marche (Giậm chân)

Khi nghe tiếng hô : *Marche* vào chân phải (trái), thì đem chân trái (phải) lên đằng trước một bước, đem chân phải (trái) vào bên chân trái (phải) rồi cứ đứng ở đấy mà giậm chân từng bước một cũng đều như khi đi.

En avant — Marche -- (Đi lên)

Khi nghe tiếng *Marche* vào chân trái (phải), thì giậm cái chân phải (trái) một cái nữa, rồi bước chân trái (phải) đi trước, lại cứ đi như đi trước.

Changez le pas — Marche (Đổi chân)

Khi nghe tiếng hô : *Marche* vào chân phải (trái) thì bước chân trái (phải) lên một bước nữa, đem chân phải (trái) vào bên chân trái (phải), rồi đem chân trái (phải) về đẳng trước một bước, mà cứ đi luôn như trước,

Khi chạy « Pas gymnastique » thì giậm hai bận cùng một chân.

Demi tour à droite — Marche

(Quay lại về đẳng sau)

Khi nghe tiếng *Marche*, là lúc chân phải đặt xuống đất, thì bước chân trái về đẳng trước một bước nữa, rồi quay về đẳng sau bằng đầu bàn chân trái, rồi đem chân phải vào bên chân trái, rồi bước chân trái đi trước mà cứ đi luôn như trước.

Demi tour à droite Halte

(Quay về đẳng sau mà đứng lại)

Khi nghe tiếng *Halte*, là lúc chân phải đặt xuống đất, thì bước chân trái lên đẳng trước một bước nữa, rồi quay về đẳng sau bằng đầu bàn chân trái, đem chân phải vào bên chân trái, rồi cứ đứng im ngay.

Khi chạy « Pas gymnastique » thì giậm bốn bước ngắn cùng chỗ ấy mà quay lại đẳng sau.

À droite Marche — (gauche)

(Đi về bên phải hay là bên trái)

Khi nghe tiếng *Marche*, là lúc chân phải (trái) đặt xuống đất thì bước chân trái (phải) về đẳng trước một bước nữa, rồi quay mình thẳng về bên phải (trái) rồi bước chân phải (trái) đi trước mà cứ đi luôn.

Mouvements avec l'arme

(Bài tập khi có súng)

L'arme au pied

(Khẩu súng vào bên đầu bàn chân)

Garde à vous — (Đứng im)

Đứng như « *Garde à vous* », tay phải cầm lấy báng súng một bên bằng ngón tay cái một bên bằng ngón tay trỏ và ngón tay giữa, cánh tay cho thẳng, cái lòng súng về đẳng sau, cái gót súng vào bên đầu bàn chân phải.

Repos — (nghỉ)

Để tay phải về đẳng trước súng và để súng kề vào mình mà cứ đứng vào chỗ ấy nhưng mà có thể động cựa được.

Présentez — Arme — (Bắt súng lên chào)

1° — Tay phải nâng xách súng lên cho thẳng, tay trái cầm lấy súng ở chỗ giữa cái thước súng mấy bộ bàn bông, cái ngón tay cái vào trong évidement du fût, tay trái cứ nâng súng lên mà tay phải đón vào dưới cái đốc-súng, ngón tay cái và ngón tay trỏ để vào đẳng trước cái mỏ súng, cánh tay cho thẳng.

2° — Nâng khửu tay trái lên, cánh tay cho ngang, cầm lấy súng một bên bằng ngón tay cái và một bên bằng chỗ cuối ngón tay trỏ ; trừ ngón tay cái ra, còn các ngón tay khác thì phải khít lại với nhau và duỗi thẳng ra ngang với cánh tay, cùng khi ấy thì mặt hơi phải ngẩng lên một tí, mà ngẩng cho nhanh.

Reposez — Arme

(Kéo súng xuống vào bên đầu bàn chân)

Khi nghe thấy người ta hô tiếng Reposez thì bỏ nhanh khửu tay trái xuống ngực, rồi mặt lại trông thẳng về đẳng trước.

Khi nghe tiếng hô : Arme

1° — thì tay trái hạ xuống và sát vào mình, tay cầm lấy súng ở chỗ trên tay trái, để tay phải vào chỗ xương bả, rồi vất tay trái xuống hàng cho mạnh.

2° — Đứng như « Garde à vous ».

L'arme sur l'épaule-droite

(Vác súng lên vai phải)

1° — Bắt súng lên cũng như là bậc thứ nhất bài « Présentez-Arme ».

2° — Lao-súng lên vai phải, cái củ-tỏi bên vai phải, để tay trái ở trên báng súng, những ngón tay khít lại với nhau, cái báng súng cách xa giữa mình chừng độ 10 phân tây, cái khửu tay trái khép lại.

3° — Vất tay trái xuống hàng cho mạnh.

Reposez — Arme

(Kéo súng xuống vào bên đầu bàn chân)

1° — Tay phải kéo thẳng súng xuống cho mạnh, tay trái cầm lấy súng vào chỗ giữa cái thước súng mấy bộ bàn bông, cứ đứng như trong bậc thứ nhất bài « bắt súng lên chào ».

2° và 3° thì làm như bài « kéo súng xuống » đã giẩy ở trên này rồi.

Observations (Nhời răn bảo)

1° — Khi lính đương làm bài « Présentez-arme » mà lại muốn vác súng lên vai, thì cũng có thể làm được, mà phải hô : L'arme sur l'épaule -- Droite.

2· — Khi lính đương vác súng ở trên vai, mà lại muốn kéo súng xuống chào, thì cũng có thể làm được, mà lại hô : « Présentez-arme » .

3· — Khi lính đương vác súng ở trên vai, mà lại muốn bỏ súng xuống đất, thì hô : Reposez-arme.

L'arme à la bretelle

(Đeo súng bằng vai phải)

Đeo súng bằng vai phải, tay phải cầm lấy giây bretelle ở chỗ ngang ngực, khửu tay phải khép lại để cặp lấy súng.

Observations (Nhời răn bảo)

1° - Khi nghe người ta hô :

Bên phải, bên trái, quay về đẳng sau, thì tay phải nâng súng lên một ít.

Khi tập bài ấy xong rồi thì lại đặt súng xuống đất.

2· - Muốn đi « Pas cadencé » hay « Pas gymnastique » thì trước hết người dạy phải hô lính vác súng lên vai, rồi sau mấy hô : En avant-marche.

Nếu người dạy không hô vác súng lên vai, mà lại hô đi luôn, thì lính phải đi và phải vác súng lên vai mỗi bậc là một bước.

Cắm lưỡi lê vào đầu khẩu súng.

Khi người ta hô : **Baionnette . - on**

Nâng súng lên cho thẳng, và cách xa dữa mình độ 10 phân tây cái lòng súng ở bên phải, cái khửu tay phải liền vào mình mà bàn tay cao ngang bằng cái khửu, giở bàn tay trái nghiêng mà rút cái lưỡi lê ra cắm vào đầu khẩu súng, rồi lại đứng như là « *Garde à vous* » .

Tháo lưỡi lê ra

Khi người ta hô : **Remettez . - ette**

Nâng súng lên cũng như bài cắm lưỡi lê vào đầu khẩu súng, cái ngón tay-cái tay phải ấn vào cái poussoir, mà tay trái kéo lưỡi lê lên, mà quay mũi lưỡi-lê xuống dưới.

Tay phải cầm lấy lưỡi bằng ngón tay dữa, cách xa croisière độ 10 phân tây, giở tay trái lại mà cắm lưỡi-lê vào vỏ, rồi cứ đứng như là « *Garde à vous* »

Có ba cách dùng để bắn

1 -- Position du tireur debout (Cách đứng mà bắn)

2 -- Position du tireur à genou (Cách ngồi mà bắn)

3 -- Position du tireur couché. (Cách nằm mà bắn)

Ba cách dùng ấy và những bài tập bắn thì không phải hô, người dạy phải cắt nghĩa cho lính biết, và lính phải bắt chước mà làm.

Position du tireur debout

(Cách đứng mà bắn)

Cái đầu bàn chân trái thẳng về cái đích, chân phải cách xa chân trái một nửa bước về bên phải và độ 20 hay là 30 phân tây về đằng sau, đầu bàn chân khép lại một ít, mình cho ngay, đầu cho thẳng.

Cầm lấy súng bằng hai tay, cái đầu khẩu súng ngang vai phải, cái báng súng cặp vào nách bên phải, tay phải cầm lấy cái cổ báng súng, ngón tay cái cầm ngang, cái khửu tay trái khép vào mình ; tay trái luồn vào dây da, cái ngón tay cái để vào trong évidement bên trái, còn những đầu ngón tay khác vào trong évidement bên phải.

Position du tireur à genou

(Cách ngồi mà bắn)

Cái đầu bàn chân trái thẳng về cái đích, cái đầu gối phải quỳ xuống đất, cái đầu bàn chân phải cách xa gót chân trái từ 30 đến 50 phân tây, tùy theo người nhớn nhỏ, người ngồi lên gót chân phải.

Cầm lấy súng bằng hai tay, cái đầu khẩu súng ngang vai phải, cái báng súng cặp vào nách bên phải, tay phải cầm lấy cổ báng súng, ngón tay cái cầm ngang, cái cánh tay trái chống trên đùi bên trái, tay trái luồn vào gậy-da, cái ngón tay cái để vào trong évidement bên trái, còn những đầu ngón tay khác để vào trong évidement bên phải. đầu cho thẳng.

Position du tireur couché

(Cách nằm mà bắn)

Lính phải nằm úp bụng xuống, mà nằm hơi chếch vào cái đích, hai chân dưới thẳng ra, tay trái luồn vào cái dây-da mà đỡ lấy súng, ngón tay cái để vào trong évidement bên trái, các ngón tay khác vào trong évidement bên phải, cánh tay trái để xuống đất, tay phải cầm lấy cổ báng súng, ngón tay cái cầm ngang.

Những bài tập « *Approvisionner, Désapprovisionner, Charger, Décharger* » thì cũng không phải bỏ ; những bài ấy thì người ta có thể làm khi đứng, khi ngồi, khi nằm, và đi hay là đứng cũng làm được.

Approvisionner

(Là nạp một cặp đạn vào súng mà chưa muốn bắn)

Mở bộ bàn bòng ra, cầm một cặp đạn mà để trên élévateur, ấn nó xuống, để tay trái ở dưới boite de culasse, ngón tay cái tay trái ấn cặp đạn xuống nữa, đẩy tête mobile đi ở trên cặp đạn, rồi để cái tay trái ở chỗ như trước, khép bộ bàn bòng lại, lấy nấc nhỏ, rồi tay phải cầm lấy cổ báng súng.

Désarmer -- (Lấy nước nhỏ)

Tay phải cầm lấy cổ báng súng, cái ngón tay cái ngang ở trên chiên, kéo cái chận tôm về đằng sau để mà đưa con cò đi cho nhẹ mà ngón tay cái giữ con cò nó đi thong thả, rồi tay phải lại cầm lấy cổ báng súng.

Désapprovisionner — (Tháo một cặp đạn ra)

Để cái ngón tay cái tay trái ngang « échancrure », mở bộ bàn bông ra, rồi cái ngón tay cái tay phải đè cái cúc cái móc, tay phải cầm lấy cặp đạn, bỏ cái cặp đạn vào trong bao tấu, khép bộ bàn bông lại, lấy nấc nhỏ, rồi tay phải cầm lấy cổ báng súng.

Charger — (Nạp đạn)

Tay phải cầm lấy cái củ tỏi bằng cái ngón tay cái mấy ngón tay trỏ, những ngón tay khép lại, quay củ tỏi về bên trái và kéo mạnh về, đằng sau.

Cầm một cặp đạn, mà để trên élévateur ấn nó xuống, đẩy bộ bàn bông về đằng trước cho mạnh, và kéo củ tỏi xuống về bên phải, tay phải cầm lấy cái cổ báng súng, cái ngón tay trỏ liền vào pontet (tay cò).

Décharger — (Tháo đạn)

Để cái ngón tay cái tay trái ngang ở trên échancrure, mở bộ bàn bông ra, tay phải cầm đạn, rồi cái ngón tay phải đè cái cúc cái móc cặp đạn, tay phải cầm lấy cặp đạn, bỏ cả đạn vào trong bao tấu, khép bộ bàn bông lại lấy nấc nhỏ, rồi tay phải cầm lấy cái cổ báng súng.

Exécution du feu

Có một thứ bắn : feu à volonté.

Khi người ta hô :

Feu à volonté	(Bắn mặc ý)
Hausse . . . mètres	(Bao nhiêu thước)
Sur	(Bắn vào đích nào)
Commencez le feu	(Bắn đi)

Khi người ta hô :

Feu à volonté   (thì nạp đạn vào)

Khi người ta hô :

Hausse   (tan) (kéo thước súng lên chỗ
đã chỉ)

Khi người ta hô :

Sur . . .   (thì trông vào cái đích)

Khi người ta hô :

Commencez le feu (nâng súng lên bằng hai tay, chống báng súng vào vai phải, cái khửu tay trái khép lại, cái khửu tay phải **ngang vai nhắm** ; tay phải cầm lấy cổ báng súng, cái ngón tay cái ngang ở trên, cái đốt giữa ngón tay trỏ móc về đằng trước détente, kéo chân tôm dần dần về đằng sau, nhắm cho tốt, khép dần dần ngón tay lại để nổ phát súng đi.

Rồi đứng lại như trong bài charger, mở culasse ra để bỏ vỏ đạn ra, lại charger nữa.

mà cứ bắn, trông cái đích luôn, nhắm cho
tử tế, charger cho nhanh.

Cesser le feu — (Thôi bắn)

Khi người ta hô :

Cessez le feu

Tháo đạn ra hay là bỏ vỏ đạn ra, lấy
nấc nhỏ và kéo thước súng lại như thường.

Inspection
des armes et des cartouchières

Khám súng và bao tấu

Phải điểm súng và bao tấu :

1° — Trước khi đi bắn có đạn và khi bắn đã
song rồi.

2. — Trước khi đi tập mà bắn đạn giấy và
khi tập bắn đã song rồi.

3. — Khi đã bắn đạn giấy mà bây giờ muốn
bắn đạn thật, thì phải xem trong lòng súng
có bã gì thì phải lau đi.

Khi người ta hô:

Inspection des armes

Đứng như trong bài « Position du tireur
debout ».

Khi người điểm đến gần chỗ người lính
nào đứng, thì người lính ấy phải mở và khép
bộ bàn bông mau hai lần, người điểm xem
trong súng hãy còn đạn hay bã gì, cũng xem
những bao-tấu, rồi người lính ấy phải khép bộ
bàn bông rồi thì lấy nấc nhỏ và đặt súng
xuống đất.

ECOLE DE GROUPE

Tập từng bọn một

182 – Tập groupe là cách tập học và tập trận. Một groupe thì cốt nhất phải có một khẩu súng cối xay. Khẩu súng ấy thì có những người phục-dịch cùng vận tải đạn và những người để săn sóc che chở.

Trong một groupe thì có một người (sous officier) cai quản.

Ecole de groupe cốt nhất dậy lính tập đánh trận trong groupe mới nhau và tuân lệnh người chef groupe mình. Người nào cũng phải biết bổn phận mình trong groupe để phòng khi ra trận-mạc có thể giúp hay là thay người khác trong một groupe được.

Giậy từng người một nhưng cũng phải giậy mấy groupe, để người giậy có thể trông coi từng người một để khi có nhằm lỗi thì chữa ngay và cắt nghĩa như thế nào là phải.

183 -- Trong khi tập Ecole de groupe thì có những bài này :

1. — Tập cho có thứ tự,
2. -- Tập bầy trận,
3. -- Tập trận.

CHAPITRE 1er	(Đoạn thứ nhất)
Formations	(sự tụ họp lại)
Rassemblements	(sự sắp hàng)
et Alignements	(và sự đứng cho
	ngang hàng nhau).

ARTICLE 1er (Khoản thứ nhất)
Formation --Sự tụ họp lại)

184 --- Một groupe đứng xếp hàng ngang làm một hay hai hàng và hàng giọc một hay hai hàng cũng được.

Ít khi đi hàng ngang, nhưng khi hàng giọc cũng đi một hay hai hàng được.

Sự tụ họp lại khi đi trận thì phải học về phần thứ nhì trong règlement (Infanterie au combat.)

Formation sur un rang
(Sự tụ họp lại khi đứng một hàng ngang)

185 --- Những người đứng ở trong hàng thì phải người nọ cách người kia cứ cánh-tay và bàn tay trái giơ ngang lên chạm vào vai người bên cạnh mình là vừa.

Chỉ khi đi điểm, thì người nọ có thể đứng xa cách người kia độ 15 phân tây, nghĩa là nếu chống tay vào hông thì khửu tay mình chạm vào khửu tay người khác.

Nếu không có lời truyền khác thì équipe fusilier đứng sắp hàng kể từ đẳng phải đến đẳng trái như sau này: cai chef équipe, 1er pour-voyeur, tireur aides - pourvoyeurs, còn équipe voltigeur thì sắp như thế này: cai chef équipe, grenadier, lanceur, voltigeur, grenadier VB.

Formation sur deux rangs

(Sự tụ họp lại khi đứng hai hàng ngang)

186 — Những équipes khi đứng thành hai hàng, thì équipe nọ đứng sau équipe kia cách xa độ một bước.

Những cai chef équipe thì đứng về phía phải équipe mình.

Formation en colonne par un

(Sự tụ họp lại một hàng giọc)

187 -- Người nọ đứng sau người kia cách nhau là một thước tây; những cai chef équipe phải đứng vào đầu hàng mình.

Nếu không có lời truyền khác thì équipe fusilier đứng ở đầu groupe.

Formation en colonne par deux

(Sự tụ họp lại hai hàng giọc)

188 -- Hai équipe đứng hàng giọc liền nhau thì các người cai phải đứng ở đầu hàng, mà đứng cách nhau cũng như khi đứng hàng ngang hai hàng vậy, mà tùy theo đăng phải hay đăng trái.

Bao giờ 1er équipe cũng đứng về phía trái và là équipe đứng trụ, chừ ra có lệnh quan bắt đứng cho khác thì thôi,

Formation par rang de taille

(Sự tụ họp lại tùy theo người cao thấp)

189 -- Khi mới học tập hay là bất cứ lúc nào, dù lính cở súng hay không, ở trong một groupe thì người cao đứng về phía phải, còn người thấp giần giần đứng về phía trái.

Cứ mỗi một équipe là một nửa người trong một groupe.

190 - Bất cứ trong sự tụ họp nào, những người chef groupe phải đứng cách trước người đứng trụ là 6 bước.

Khi đứng hàng ngang thì thường thường lấy người ở gia hàng làm người đứng trụ, mà cũng có thể lấy người đẳng phải hay là đẳng trái cũng được.

Khi đứng hàng giọc thì lấy người chef équipe phải hay là trái là người đứng trụ cũng được.

Khi một groupe mà tập ở trong một section thì người chef groupe phải đứng ở chỗ đã chỉ định ở bài Ecole de section.

191. -- Khi một équipe mà tập riêng một mình, thì người chef équipe cũng đứng như người chef groupe vậy.

192 -- Trong những sự tụ họp ở một groupe, người tireur và người 1er pourvoyeur, thì người nọ đứng cách người kia, hay là người nọ đứng trước người kia. Khi một groupe | giàn ra thì người 1er pourvoyeur phải đứng về phía phải người tireur.

ARTICLE II. — (Khoản thứ nhì).

Rassemblements et alignements.

(Sự sắp hàng và sự đứng ngang hàng cho bằng nhau)

193. — Sắp hàng thành một groupe, hoặc đứng hoặc đi cũng được.

Muốn sắp một groupe đứng ngang hàng bằng nhau, thì người chef groupe phải quay mặt về hướng mình đã định mà hô :

Rassemblement en ligne sur un rang
(Sur deux rangs)

Thì các người ở trong một groupe phải theo người chef mình cho nhanh mà đứng sắp hàng. Người đứng trụ ở giữa phải đứng sau lưng người chef groupe cách 6 bước mà không được cử động. Còn các người lính thì phải tùy theo vào chỗ mình mà đứng, súng thì xách lên ngang hông.

Những người ở hàng trước phải giơ ngang tay trái lên, như đã giảy ở nº 185 quay đầu và mắt liếc vào người đứng trụ mà nhích nhích lại cho ngang hàng mắt, vai, với người đứng bên cạnh người đứng trụ.

Những người hàng sau thì phải đứng vào chỗ mình cho vừa, súng sách ngang hông, đầu cho thẳng, tay trái không phải giơ lên,

194 -- Khi người đứng trụ đã đứng rồi, thì người chef groupe quay lại để xem những người ở trong hàng đứng có được đều không ; người

chef có thể đi lại để bảo ban người trong hàng phải đứng cho bằng nhau.

Khi xem người trong hàng đứng đã được rồi thì người chef groupe hô :

Fixe

thì các người ở trong hàng phải trông thẳng về đằng trước và bỏ tay xuống hàng cho mạnh và súng thì để xuống đầu bàn chân mà đứng cho im.

195. — Muốn sắp hàng mà người nọ đứng cách người kia, 15 phân tây thì người chef groupe hô :

Rassemblement. — *Coude à coude.*

Những người ở hàng trước phải nắm tay trái lại mà trống lên ngang hông mình ở trên giây ceinturon, khửu tay thì hơi chạm vào người bên cạnh mình về phía người đứng trụ. Những người ở hàng sau thì cũng làm như bài Rassemblement à l'intervalle.

Rồi người chef groupe hô : *Fixe.*

196 — Muốn sắp một groupe đứng hàng giọc thì người chef groupe 'quay mặt về phía mình định mà hô ;

Rassemblement en colonne par un

(par deux)

Những người trong groupe phải chạy ngay đến chỗ người chef mình. Người chef 1er équipe thì chạy đến đứng sau người chef groupe cách 6 bước mà đứng im.

Các lính phải đứng vào chỗ mình, mặt trông thẳng về đằng trước, súng để xuống đầu bàn chân mà đứng cho thẳng hàng với người đứng trước mình đứng thế nào mà mình chỉ trông thấy đầu người đứng trước mặt mình thôi.

Nếu đứng hai hàng giọc, thì những người ở équipe tùy tòng phải đứng ngang hàng mấy équipe trụ.

197 -- Khi đi mà sắp hàng giọc thì cũng vậy, hàng ngang phải trông vào người đứng trụ, hàng giọc phải cho thẳng mấy người đứng ở đầu hàng.

Rompez vos rangs

(Tan hàng ra)

198 -- Khi nghe thấy hô thế, thì lính mỗi người tản ra một ngả, nếu mà súng không giá thành giá hay không để xuống đất, thì cầm cả súng mà bỏ hàng đi ra.

199 -- Muốn chữa một groupe xê đi dịch lại một tí, thì người chef-groupe xê, dịch người đứng trụ, người đầu hay là cuối hàng rồi hô :

Sur le centre, ou à droite (gauche)

Alignement.

Khi mới hô tiếng trước thì xách súng lên ngang hông, hô : *Alignement* thì các người groupe phải đến chỗ mới định mà xê lên dịch xuống từng bước nhỏ một cho ngang hàng nhau.

Rồi cũng theo như các bài Rassemblements.

Fixe

Cũng như đã giậy ở n· 194,

200 — Nếu mà lui về dằng sau chỗ đương đứng, thì cả một groupe phải lui từng bước nhỏ một, cao đến khi lập thành hàng quân thì thôi. Rồi cũng làm như đã nói ở trên này.

201 — Một groupe đứng hàng giọc mà muốn xê dịch một tí cũng theo như cách trên này, người chef groupe có thể xê dịch người chef équipe trụ mà hô :

En colonne — Couvrez

Khi mới hô tiếng trước (en colonne) thì xách súng lên ngang hông.

Khi hô : *Couvrez* thì các người phải làm theo như bài « Rassemblement en colonne » rồi để súng xuống bên đầu bàn chân.

CHAPITRE II . (Đoạn thứ hai)

Exercices d'ordre serré , (Tập cho có thứ tự)

Article unique,   (Có một khoản)

202 — Tập cho có thứ tự là để :

1º — Cho một toán quân khi không ra trận đứng hoặc xê-đi dịch lại cho có thứ tự.

2º — Để cho linh phải nghiêm mật, phải sự liên-tiếp với nhau vì họ phải tập tành cùng với nhau và phải cho đều. với nhau. Tập như thế là có ích lợi cho một toán quân nào mà nhiều người hơn một groupe.

203 — Một groupe tập cho có thứ tự thì phải tùy theo cách tập ở bài « Ecole de section ».

Khi đã biết tập ở groupe rồi, thì phải tùy theo vào section.

Rồi sau nếu người chef muốn cho lính tập cho thật đều thì cho tập « exercice d'ordre serré nữa.

CHAPITRE III. (Đoạn thứ ba.)

(Exercices d'assouplissement)

204 — Tập bày-trận là để :

1° Giậy cho lính tùy tiếp những cách tập trong khi trận mạc.

2° Để mở mang sự nhanh nhẹn về lệnh truyền trong cơ-ngũ, và cho lính-tráng phải tuân lệnh ngay.

Trong cơ ngũ thì cốt nhất phải xem cái gì nên làm và truyền bảo gì thì phải cả quyết.

Những lính phải tuân lệnh mà làm ngay, mà làm cho có thứ tự.

205. — Tập bày trận thì súng đeo vai hay là cầm ở tay, nhưng không cần phải đi cho có rịp ràng.

Tập như thế thì ở bãi-tập hay ở các nơi-khác tập cũng được.

Tập như vậy : thì hô, ra hiệu, hay thổi còi cũng được. Đã hô thì phải làm ngay.

206. — Khi giậy người chef groupe đứng chỗ nào tiện thì đứng.

Người chef groupe thì chính là người dẫn đường cho toán quân mình.

Người chef groupe phải chỉ người nào là người đứng trụ và phải gọi tên người ấy hoặc đứng trước người ấy mà ra hiệu.

Người chef groupe phải liệu chừng cho người đứng trụ đứng sau mình là mấy bước.

Thường thường khi sắp như thế thì cách xa người chef groupe là 6 bước (xem n° 190) lúc nào cũng vậy, thường phải xa cách người chef groupe cho vừa độ để còn trông nom tất cả những người trong groupe để đi lại cho tiện.

Nếu người chef groupe xem những cung bậc mà có ích lợi thì phải ra hiệu mà đi về phương khác. Nhưng phải xem đã nếu người đứng trụ có thực ở sau mình không.

Muốn cho lính tráng theo lệnh truyền người chef groupe vừa hô vừa ra hiệu, mà lính đứng phía nào thì người chef phải đứng ngay ra chỗ ấy.

Khi người chef groupe không muốn giậy nữa thì phải bảo người đứng trụ trông thẳng vào chỗ nào ở đằng xa.

Muốn giậy bảo thì người chef groupe phải theo như mục thứ ba, điều thứ nhất (chapitre III, titre I).

Lúc nào cũng vậy người chef équipe phải giúp đỡ người chef groupe, mà ra hiệu hay chỉ bảo gì, song không được nói to.

207. — Những cách tập bầy trận thì trước hết phải giậy cho những lính có súng.

ARTICLE II. (Khoản thứ hai)

Mouvements en ligne ou en colonne

(Cử động hàng ngang hay là hàng giọc)

208. - Khi một toán quân đương ở một hàng hay là hai hàng ngang mà muốn đi về đẳng trước thì hô : **En avant.**

Bấy giờ những người ở trong hàng phải bước đi về đẳng trước mà mắt lúc nào cũng phải trông vào người Chef groupe đễ xem người ấy có đổi đi về phương hướng nào chăng.

Người đứng trụ phải đi theo người Chef groupe. Còn các người linh thì phải đứng xa cách nhau vừa độ, kể từ người đứng trụ giở ra, còn những người ở hàng sau thì phải theo người đứng trước mình (Chef de file).

209. — Khi một toán quân đương ở hàng giọc, một hai hàng mà muốn đi cũng hô như thế.

Người Chef équipe trụ phải theo người Chef groupe. Còn linh thì phải đi cho ngang hàng mới những người đi trước mình.

210. — Bất cứ toán quân đương đi thế nào mà người Chef groupe muốn cho đứng lại thì hô : **Halte.**

thì toán quân ấy đứng lại mà cứ giữ nguyên hàng như cũ.

Nếu người Chef groupe muốn cho toán quân mình đứng lại mà không cần giữ hàng như cũ nữa thì phải nói to trước rằng mình muốn đổi cung bậc gì rồi sẽ hô Halte. Vậy lính phải theo mà lập thành hàng rồi đứng lại.

211. — Khi toán quân đương đi, mà muốn đi thay về hướng khác thì người Chef groupe quay mình về trước hướng ấy mà hô:

Direction (tel point)
Đi về đích nào

Nếu cái đích nào mà không thể chỉ rõ được thì người Chef groupe phải lấy tay mà chỉ vào cái đích ấy.

212. — Muốn cho một toán quân quay mặt về hướng nào mà cứ giữ nguyên hàng như cũ thì người Chef groupe phải quay mình về hướng ấy, rồi giơ tay lên mà hô:

Face à tel point
(Mặt trông vào cái đích nào)

Người trụ và các người trong hàng phải theo người chef groupe hô mà làm ngay.

213. — Muốn cho toán quân đương đứng hay khi đương đi mà quì hay nằm xuống thì người chef groupe hô :

A genou hay là **Couchez-vous** thì các người đứng lại rồi làm như cung bậc đã giậy ở n°s 118 và 119.

ARTICLE III (Khoản thứ ba)

Passer de la formation en ligne à la formation en colonne et Réciproquement.

(Đương ở hàng ngang mà thay ra hàng giọc hay là hàng giọc thay ra hàng ngang.)

214 — Etant en ligne se former en colonne par un.

(Đương đứng hàng ngang mà thay ra một hàng giọc.)

Khi toán quân đương ở hàng ngang, một hay hai hàng, đứng hay đi, thì người chef groupe phải chỉ người chef équipe ở hàng trên về bên phải làm người đứng trụ, mà hô :

Colonne par un

Vậy người chef équipe trụ phải theo người chef groupe mà cách 6 bước, còn các người khác thì cứ theo thứ tự mà đi hay đứng ra hàng giọc.

Nếu équipe nào mà ở hàng sau thì cũng phải làm như ở hàng trước, mà nối liền mấy hàng trước, thành ra một hàng giọc.

215 — Muốn đứng thành ra hàng giọc thì người chef groupe hô : *Colonne par un* thì người chef équipe về bên phải đứng im, còn các người khác thì lui xuống mà sắp thành ra một hàng giọc mà đứng im.

216 — Khi một groupe mà đương đứng hàng ngang thì bao giờ cũng kể từ bên trái mà đổi thành ra hàng giọc.

217 — Khi đang đứng một hàng ngang mà đổi ra hai hàng giọc.

(Etant en ligne sur un rang se former en colonne par deux).

Người chef groupe phải chỉ người cai đứng đầu équipe phải hay là équipe trái làm người đứng trụ mà hô:

Colonne par deux

thì équipe phải hay là équipe trái mà người chef groupe đã chỉ thì phải đứng thành ra một hàng mà theo người chef groupe, còn équipe kia cũng đứng thành ra một hàng giọc mà đứng ngang bằng và liền mấy équipe trước.

218 -- Khi đang đứng hai hàng ngang mà đổi ra hai hàng giọc. (Etant en ligne sur deux rangs se former en colonne par deux)

Colonne par deux

Vậy équipe ở hàng trước là équipe đứng trụ, thì phải đứng ra một hàng giọc ở sau người chef groupe, cũng như vừa nói ở trên. Còn équipe hàng sau cũng phải đứng ra một hàng giọc, mà liền mấy équipe trước, về phía bên phải.

Người chef groupe có thể hô: *Colonne par deux.*

Nhưng phải bảo équipe bên phải hay bên trái phải theo những phương-hướng trước mà đi.

219 *Etant en colonne par un, se former sur un rang (de pied ferme ou en marchant)*

Khi dương một hàng giọc. Mà đổi sang một hàng ngang. (Khi đứng hay là khi đi).

1° -- En avant

Thì hô : *Vers la gauche en ligne*

Người đứng trên đầu hàng thì đứng (hay

đi) còn các người khác thì chạy về bên trái mà lên ngang mấy người đầu bàng mình.

Người chef groupe phải chạy nhanh về phía trái mà xem người đứng trụ đã chỉ trong khi đi hàng ngang phải đứng vào sau mình ở chỗ đã định.

2° — Face à droite (gauche)

Quay cả hàng quân về bên phải hay bên trái.

Thì hô :

A droite, droite (Quay người về bên phải.)

A gauche, gauche (-- d° trái.)

A droite, marche (Quay mình về bên phải mà đi luôn.)

A gauche, marche (Quay mình về bên trá.) mà đi luôn.)

Vậy lính phải quay mình về bên phải hay bên trái mà đứng im (hay đi luôn) đã giậy ở số 76 và 93.)

Còn người chef groupe thì làm như đã giậy ở n° 219-- 1°.

220 -- Nếu một groupe đương đi mà muốn quay mặt về phía bên phải mà đứng lại thì người chef groupe hô :

A droite-Halte

Bên trái cũng thế mà hô :

A gauche-Halte

Các người trong hàng quân phải làm ngay

mà không cần phải cho đều hàng vội.

221.-- Khi đương đi một hàng giọc mà muốn đổi thành ra hai hàng ngang (Etant en marche en colonne par un, se former en colonne par deux)

Vậy équipe đi đầu là équipe trụ thì phải theo người chef groupe, còn équipe sau thì phải lên mau cho ngang hàng về bên phải équipe trước (Etant en colonne par deux, se former en colonne par un.)

222. — Khi đương đi hai hàng giọc mà muốn đổi thành ra một hàng giọc, thì hô :

Colonne par un

Thì équipe trụ phải theo người chef groupe còn équipe khác thì phải đi thong thả rồi nối liền mà đi mấy équipe trước.

(ARTICLE IV — Khoản thứ tư)

Déplacements.-- Cách tập giãn quân ra

1º Déplacement par un équipe
(Cách tập giãn ra từng équipe một)

223-- Cách hay thường dùng đến nhất là khi một groupe đương đi hàng giọc một hay hai hàng, mà giãn ra từng équipe đi hàng một.

Khi một groupe đương ở hàng ngang một hay hai hàng có thể chia ra làm hai équipes mà đứng một hàng ngang.

Trong hai cách giãn ra như thế thì khẩu súng F. M. cần nhất cho trong groupe, vậy người chef groupe phải lấy équipe fusiliers làm équipe trụ hay là équipe đứng-đầu mỗi khi giãn ra như thế phải đứng sắp hàng sau người chef de groupe.

224 — Khi một groupe mà đương đứng hai hàng giọc mà muốn équipe nọ xa équipe kia ra, thì hô :

Par équipes -- *Intervalle* (tant de pas) vậy équipe trụ thì cứ việc đi theo người chef groupe hay là cứ đi thẳng vào nơi nào đã bảo, còn équipe thứ nhì thì phải đi theo người chef équipe mình mà đi chếch ngang lên cho bằng équipe trụ. Hai người chef équipes thì cứ ở nguyên đầu équipe mình.

225 — Một groupe khi đứng một hàng giọc mà cũng muốn đi, đứng như thế, thì người chef équipe thứ nhì đưa những người équipe mình đi chếch về bên phải cho vừa và ngang hàng mấy équipe trụ.

226. — Lại muốn đứng lại như trước thì hô :

Colonne par un hay là **par deux.**

227. — Nếu người chef groupe muốn cho hai équipes xa thêm ra hay là rút gần lại mấy nhau, thì hô :

Intervalle -- tant de pas

Vậy phải theo mà làm như đã giậy ở n° 224.

228. — Muốn cho hai équipes đứng từng bậc một (échelon) thì người chef groupe hô :

Par équipes -- Distance tant de pas

Équipe trụ thì theo người chef groupe hay là đi thẳng vào chỗ đích nào đã định, còn équipe sau thì đi thong thả, cho đến khi vừa khoảng thì lại đi luôn. Hai người chef équipes cứ ở đầu équipe mình.

229. -- Người chef groupe lại muốn cho xa cách nhau bao nhiêu thì lại hô :

Distance tant de pas.

230 --- Lại muốn thay đổi cung bậc thì người chef groupe lại hô :

Par équipes -- Intervalle tant de pas.
Par équipes -- Distance tant de pas

Những người ở équipes thứ nhì phải theo người chef équipe mình mà đi chếch ngang lên, hay là lui lại cho vừa khoảng.

231.-- Muốn giãn một groupe mà đương đứng một hay là hai hàng ngang; hay là équipe trên hay équipe dưới, thì cũng hô như thế.

Khi mà hai équipes đã xa cách nhau, thì người chef équipe phải đứng trước người đứng trụ équipe mình cách là 6 bước mà đi :

Người chef équipe trụ thì phải theo sau người chef groupe hay là đi thẳng vào cái đích nào đã bảo.

232. -- Muốn cho đi thành ra một hay hai hàng ngang thì hô :

En ligne sur un rang (sur deux rangs)

233. -- Khi đương đứng có thể cho giãn hàng ra. Vậy người chef groupe phải hô như đã giậy từ n° 224 cho đến n° 23o. nhưng phải bảo đứng nguyên chỗ ấy.

Vậy équipe đứng trụ thì đứng yên, còn équipe khác thì phải theo người chef équipe mình mà đi.

234 — Một groupe mà giãn ra từng équipe hay là échelon, đi hay đứng, thay đổi hàng hay là quay mặt về một đích nào, thì cũng hô như các bài tập về một groupe mà không giãn ra xem từ n° 209 cho đến n° 213)

Người chef groupe có thể thay đổi phương hướng hàng quân mà hô :

Telle formation —(lập thành như thế nào)

Face à droite　(*Quay về bên phải*)

Face à gauche　(*Quay về bên trái*)

ou face à tel point　(*hay là vào cái đích nào*)

2° Déploiements en tirailleurs

(Giãn ra từng người lính một)

235 — Một groupe có thể giãn ra từng người lính một, thành một échelon hay là hai échelons.

Các cung bậc ấy nên cần hay là không nên cần giãn ra từng équipe thì đã giậy ở n· 223.

Tập những cung bậc như vậy là cách tập dương ở groupe hay là équipe, mà tập ra en tirailleurs.

Những cung bậc ấy thì chưa phải là bài tập trận, song cũng có thể tập cho lính biết, khi đương đi thì đứng ngay lại, nằm ngay xuống hay là nấp ngay vào chỗ nào, mà vừa xem xét vừa dùng khi giới mình một thể.

Tập như vậy thì phải ý tứ lắm mấy được. Tập giãn quân ra thì đứng hay đi cũng tập được.

Khi đi về phía nào mà chếch lắm thì không cần phải tập giãn ra, vậy khi ấy phải nên hó cho groupe ấy phải quay về phía khác rồi sẽ giãn ra.

236—Một groupe khi đương đi hàng giọc mà muốn giãn ra từng người lính một mà lên một hàng ngang, rồi đi hay là đứng lại thì hô:

Sur un rang en tirailleurs
(Lên một hàng ngang mà giãn ra từng người)
A tant de pas (bao nhiêu bước)
Halte (s'il y a lieu) đứng lại nếu mà muốn đứng.

Người chef groupe cứ việc đi hay là đứng lại. Người tireur là người đứng trụ phải theo cung bực như người Chef groupe, người 1er pourvoyeur, đứng về bên phải, người chef-équipe đứng về bên trái, còn những người aides-pour voyeurs thì chạy về đẳng phải và đẳng trái ba người ấy.

Còn équipe voltigeurs thì cũng giãn nhanh ra về bên phải hay bên trái mà tùy theo người chef équipe mình.

Các người phải trông vào người đứng trụ mà đi cho vừa khoảng, mà làm các cung bậc ở trước mình nhưng không cần phải đứng cho ngang hàng nhau.

Các người chef équipes phải ở trong hàng. Nếu người chef groupe không bảo xa cách ra bao nhiêu thì các linh phải cách nhau là 5 bước.

Khi hô : *Halte* cá· linh phải nằm xuống như đã giậy ở trên, nếu khi mà đã gặp chỗ nào có ích-lợi thì các người giãu xa ra một vài bước.

Người chef groupe, phải chạy về sau mà sắp sẵn để bắn. Người cai chef équipe fusiliers và người 1er pourvoyeur phải đứng gần người tireur để mà giúp đỡ người ấy.

Khi lại bắt đầu đi thì người chef groupe lại chạy về đẳng trước, còn các lính lại đứng chỗ mình cho vừa khoảng.

237 — Một groupe mà đứng thành một échelon thì thường hay giãn ra như thế. Mà cũng có thể đi chếch ra một bên nhưng cũng phải theo mấy hướng mình đương đi.

Người chef groupe lại hô :

En tirailleurs — face à tel Point.

(Nghĩa là : giãn hàng ngang ra từng người một mà mặt thì trông vào cái đích nào)

238. Nếu không có lời truyền khác thì người chef groupe cũng có thể truyền rằng người voltigeur có thể mở ra một phần về bên trái người fusilier. Trong cách ấy thì người cai và một nửa équipe đầu hàng phải chạy về phía trái.

239. — Khi một groupe đương ở hai hàng giọc, thì équipe voltigeurs phải chạy nhanh về bên mà đứng chung quanh người tireur, bên phải hay bên trái để équipe fusiliers có chỗ rãn ra. Khi muốn thôi thì lại làm như ở trên này.

240 — Nếu một groupe mà đứng một hàng ngang thì sự giãn ra cốt để cho người nọ cách người kia.

Nếu mà đương đứng hai hàng thì người chef groupe phải hô cho đứng thành một hàng rồi hô giãn ra như ở trên này.

Có thể cho đứng thành một hàng và giãn ra liền một lúc (theo như N° 236).

241 — Muốn giãn lính ra từng người một ở hai hàng ngang (échelons) thì người chef groupe hô :

Sur deux rangs en tirailleurs -- (Hai hàng ngang giãn ra từng người một)

Face à tel point --- Quay mặt vào đích (nào khi như thế thì xem N° 137)

A tant de pas — (Bao nhiêu bước)

Halte (S'il y a lieu) -- đứng lại (nếu mà nên đứng)

Mỗi équipe thường hay đứng một hàng giọc mà muốn đứng giãn lên làm hàng ngang thì theo như những bài dã nói ở trên. Equipe đầu thì thường theo người chef groupe mà đi hay là đứng lại.

Nếu không có nhời truyền rằng đứng xa cách nhau bao nhiêu, thì équipe cuối phải cách xa équipe đầu là 20 bước (xem N° 228.)

Người chef groupe cũng có thể bô cho lính ở échelon thứ nhì đứng giãn rộng hơn échelon thứ nhất được.

Particularités relatives à l'équipe des fusiliers. (Sự giậy riêng cho équipe des fusiliers).

247 --- Một groupe đã giãn ra hay là thu lại rồi, mà muốn sắp lại thành ra hàng giọc một hay là hai hàn·, xa cách hay không, thì theo như khoản thứ ba (art. III) ở đoạn này.

ARTICLE. V — (Khoản thứ năm)

Assouplissement et Feux du groupe Déployé en tirailleurs

(Tập về cách bày trận và bắn trong khi một groupe đứng hàng ngang mà giãn ra từng người một)

248 --- Một groupe khi hàng, ngang đã giãn ra từng người một thì các cung bậc cũng theo như ở khoản thứ hai (art. II) đã giậy một groupe khi không giãn ra.

249 --- Muốn cho lính nhầy thì người chef groupe phải bảo trước những người lính đừng bắn nữa mà tháo đạn ra và đóng bao đạn lại.

Vậy ai ai cũng sắp sẵn rồi đứng rậy cho mạnh, nhưng đừng lên cao quá, để tỏ ra cái cung bậc mình sắp làm.

Người chef groupe có thể chỉ bảo chỗ mà nấp hay là tiến lên c·ỗ nào thì hô. *En avant.*

Các người lính phải theo người chef groupe mà nhầy đến chỗ nấp hay là đến chỗ đã bảo tiến đến.

Bấy giờ không cần phải đi hay đứng cho ngang hàng, nhưng phải cốt làm thế nào cho tiến lên được là hơn.

250 — Muốn cho lính đứng lại thì hô : *Halte.*

Vậy lính và người chef groupe phải theo như đã giậy ở n· 236.

Nhưng cũng có lúc phải cần chạy nhanh thêm lên mấy bước để vào chỗ nấp được mà bắn, nhưng đừng làm cho ngăn trở nững người đã nằm xuống rồi.

Nếu đã bảo cho lính biết chỗ nấp, chỗ nào phải tiến đến, thì khi đến nơi lính cứ việc đứng lại không cần phải hô nữa.

251. — Khi đi mà nhẩy, thì lính phải giữ lấy nhau xa cách cho vừa khoảng.

Không ai được khít lại và cũng không nên xa người tireur quá.

252 — Một groupe cũng phải tập nhẩy từng équipe một hay là từng người một, các cung bậc ấy thì 1er équipe phải tập trước.

Phải tùy theo cơ-ứng-biến, người chef groupe xem có nên đi mấy người chef équipe đầu, hay là mấy người ở đầu hàng, hay là cứ ở nguyên chỗ ấy để xem sự thông đồng có được tiến không.

Khi một groupe mà đương nhẩy thì bao giờ cũng phải nhẩy thẳng về phía trước mình.

Nhưng thường thường cái hàng mà mình định tiến đến, mà chênh chếch không được thẳng hướng mình đi, vậy groupe ấy phải tập cách tập bao bọc mấy nhạu để mà tập những bài tập trận.

Tập như thế là khi những người voltigeurs cứ bắn để che chở rồi sau những người voltigeurs tiến lên ngang hàng mấy người fusilier.

Khi những người ở équipe fusiliers đã nhầy lên tới hàng mới rồi thì phải bắn ngay để cho những người voltigeurs tiến lên cho rẽ.

TITRE IV.   (Khoản thứ tư)

Tập về
ÉCOLE DE SECTION

---

255. — Một Section là một toán quân nhỏ để mà tập nghĩa là để đối địch nhiều toán như thế mà mỗi một toán có một bồn phận riêng.

Tập Ecole de Section là để giậy:

1· -- Cho những quân trong một Section phải theo người Chef Section,   mà phải liên liên mấy nhau.

2· -- Cho một groupe phải họp mấy những groupe khác gần groupe mình mà đánh trận.

Tập Ecole de Section thì cũng như là Ecole de groupe thì có những bài này.

1· -- Tập cho có thứ tự.
2· -- Tập bầy trận.
3· -- Tập khi đánh trận.

CHAPITRE Ier. (Đoạn thứ nhất)

Formations et rassemblements
(Sự tụ họp lại và sự sắp hàng)

ARTICLE 1er. (Khoản thứ nhất)

Formations. — Sự tụ họp lại

256 — Người ta phân biệt sự tụ lại như sau này: Trong khi sắp hàng, khi đi, khi đến gần và khi xông vào trận.

Formations de rassemblement

(Sự tụ họp lại khi sắp hàng)

257 — Một section thì hay sắp hàng ngang mà ba hàng, hay là hàng giọc thì cũng ba hàng được.

It khi sắp một hay là hai hàng ngang và một hay là hai hàng giọc.

Khi những người trong một section, mà không có thể chia ra làm một hay hai groupes được, vậy thì phải đứng làm một hay là hai hàng ngang mà hàng giọc cũng vậy.

Formations en ligne sur trois rangs

(Sự tụ họp lại thành ba hàng ngang)

258 — Mỗi groupe mà đứng một hàng ngang (xem n° 193) thì người nọ đứng cách sau người kia là một bước, các người ở hàng thứ nhì và hàng thứ ba, phải đứng cho thẳng mấy người ở hàng thứ nhất.

Ở cuối cùng về bên trái một section nếu những hàng không được đều nhau, thì hàng nhiều người phải giồn xuống hàng ít người, mà ít nhất là chỉ có độ một file-creuse mà thôi.

Các người chef groupe thì đứng về phía phải groupe mình.

Formations en ligne sur un ou deux rangs

(Sự tụ họp lại thành ra một hay hai hàng ngang)

259 — Khi ba groupes mà đứng một hay hai hàng ngang (xem n· 193) thì groupe nọ phải sắp liền mấy groupe kia.

Người chef groupe ở về phía phải, thì phải đứng về phía phải groupe mình, còn các người chefs groupe kia thì phải đứng làm serre-files.

Nghĩa là đứng cách sau người đứng đầu hay là file đầu groupe mình là hai bước.

260 - Nếu một section mà chỉ có hai groupes thôi, vậy có thể đứng làm hai hàng ngang được, nhưng groupe nọ phải đứng làm một hàng ở trên còn groupe kia cũng phải đứng làm một hàng ngang ở dưới.

Formations par rang de Taille

(Sự tụ họp lại tùy theo người cao thấp)

261 -- Một section có thể sắp một hay hai hàng ngang, mà tùy theo người cao thấp.

Những groupe khi đã đứng tùy theo người cao thấp rồi, trong khi hàng ngang thì groupe nọ phải đứng thẳng sau groupe kia, mà các người chef groupe thì phải đứng về bên phải groupe mình.

Một section mà có ba groupes thì có thể sắp làm hai hàng ngang được, cũng như là các thể cách khi một groupe vậy, (xem n. 189) một nửa section thì đứng làm một hàng ngang ở trên, còn một nửa nữa thì đứng làm một hàng ở dưới.

Người chef groupe đứng về bên phải groupe mình, còn các người chef groupe khác thì đứng làm serre-file mà cách xa ra 2 bước.

Sự tụ họp lại tùy theo người cao-thấp là cốt để khi điểm soạ, hay là khi việc quan cần phải có thứ tự, sự tụ họp lại như vậy thì thường thường súng đạn phải cùng một thứ mà đứng cách nhau thì khửu tay chạm nhau là vừa.

262. — Khi hội hợp mấy nhau mà đứng một hàng ngang thì người chef section phải đứng cách trước người đứng trụ (thường lấy người ở dữa hàng làm trụ) là 6 bước.

Khi một section mà tập trong một compagnie thì phải theo mà đứng vào chỗ giậy ở bài « Ecole de compagnie ».

Khi mà còn thừa người chức việc thì những người chức việc ấy phải đứng làm serre-file mà đứng trước cách hàng sau mình là hai bước, người serre-file thứ-nhất thì phải đứng sau người cuối cùng hàng mình, người serre-file thứ hai thì sau người đứng dữa hàng, còn người thứ ba thì ở sau người đứng trên đầu cùng về bên phải.

Formation en colonne

(sự tụ họp lại từng hàng giọc)

263 --- Một section muốn đứng thành ra ba hàng, hai hàng hay một hàng giọc, thì cũng làm như là khi một section đứng ba hàng, hai hàng hay là một hàng ngang mà người ta đã hô quay về bên phải rồi.

Nhưng cốt nhất groupe nào ở trên đầu cùng thì là groupe trụ, người chef section phải đứng cách trước người chef groupe là 6 bước.

Khi đi qua một thành-phố, thì người chef section phải đi liền mấy người chef groupe về phía trái nhưng đi ra bên hàng quân.

264 — Bất cứ khi tụ-họp lại thành hàng ngang hay hàng giọc mà các groupes đã đứng xa nhau ra thì người chef groupe phải đứng vào chỗ mình như là giậy ở bài École de groupe.

Còn người chef groupe trụ thì phải theo người chef section.

Formation de marche

(sự tụ họp lại khi đi)

265 — Thường thường khi đi thì hay đi làm ba hàng giọc. Một section có thể đi một hay là hai hàng giọc cũng được (xem n° 263) và trừ ra khi đứng hàng ngang thì xem từ (n° 258 cho đến n° 260)

Khi đi đường thì các người serre-file phải đứng ra một hàng ngang ở sau section mình.

Người chef section thường đi ngang hàng mấy section mình, mà đi lên đi xuống để xem các người ở section đi có được thứ-tự không.

Formations d'approche

(Sự tụ họp lại gần)

266 -- Sự tụ họp gần lại là khi một section muốn tiến lên dần dần và khi section ấy không có lời truyền rằng phải bắn đương khi một toán quân khác bắn.

Một section thì chia từng groupe đứng lui về đẳng sau hay là đứng ngang hàng ra. Và thường hay đứng ra thành hàng giọc, và thường hay đi từ équipe nọ đến équipe kia. Sự cách xa phải có điều độ để người trong một groupe ở section nọ để khỏi lẫn lộn mấy người trong một groupe ở Section kia.

Ít khi trong một Section có thể sắp từng groupe mà đứng hàng một được, khi nào mà nên sắp như thế thì đã giậy ở phần thứ hai ở règlement Infanterie au combat

Formation d'attaque

(Sự tụ họp lại sông vào trận)

267 -- Sự tụ họp lại khi sông vào trận là lúc một Section cùng sông vào mà sắp muốn bắn.

ARTICLE II. (Khoản thứ

Rassemblements et alignements

(Sự sắp hàng và đứng cho ngang hàng)

268 — Một Section cũng sắp hàng ngang, hàng giọc, đứng hàng cho thẳng, hay là tan hàng ra, thì cũng làm như các bài ở một groupe (xem n° 193 và 201)

Khi một Section mà đứng hai hay ba hàng ngang, thì người Chef Section chỉ xem hàng trên cùng đứng cho đều nhau thôi, cũng như là hàng ấy đứng riêng, còn các hàng ở dưới thì người Chef groupe phải xem cho đứng bằng nhau, và cũng có thể chữa những người ở hàng mình được, nhưng không được nói to.

Khi ấy thì các người Chef groupe phải theo người bên phải, bên trái, hay là người trên dầu hàng mà người Chef de Section đã chỉ.

269 — Một Section đương đứng hàng ngang mà cũng theo đứng hàng ngang mấy một toán quân (troupe) mà đã lập thành rồi, vậy phải đứng xa cách ra cho vừa khoảng, rồi người Chef Section bảo người đứng cuối cùng phải đứng cho ngang hàng mấy toán quân ấy mà đứng im

Rồi người Chef Section đưa các người hàng trên phải theo người ấy mà đứng cho ngang hàng.

Rồi hô : *Fixe* thì ai ai cũng làm như đã giậy ở n° 194.

CHAPITRE II. (Đoạn thứ hai)

ARTICLE 1er. (Khoản thứ nhất).

Mouvement en ligne,

(Cung bậc khi ở hàng ngang)

271 — Khi đương đứng hàng ngang mà muốn quay về bên phải, bên trái, hay là quay về đẳng sau, lúc đứng mà tập bài Mouvements d'armes thì cũng làm như bài « Ecole du soldat. »

Khi một section mà quay về đẳng sau, thì những người serre-file phải chạy qua phía trái rồi đứng lên trước hàng, trước khi hô : *Demi-tour* thì những người serre file cũng theo mà làm các cung bậc như linh.

Marche en ligne

(Đi khi ở hàng ngang.)

272 --- Đương khi ở hàng ngang mà muốn đi, thì chỉ đi được một ti mà thôi ; một section mà đương đứng một, hay là hai ba hàng ngang, mà súng vẫn để ở đầu bàn chân, thì người chef groupe hô :

L'arme à la hanche

En avant --- Marche

Ai ai cũng bước đi cho mạnh bạo, người đứng trụ thì thường là người đứng dữa hàng, mà phải theo người chef section mà đi, hay là cứ trông thẳng mà đi về đẳng trước. Còn các người khác thì phải theo như đã giậy ở n° 209.

— 52 —

273. --- Muốn đứng lại thì phải hô :

Section --- Halte

Thì đứng lại mà cứ giữ súng ở ngang hông, mà liếc mắ trông vào người đứng trụ mà đứng cho đều hàng.

Rồi người chef section lại hô :

Fixe

274 --- Nếu người chef section muốn làm cung bậc ấy về bên phải hay bên trái thì hô thêm sau tiếng : *Halte.*

A droite (gauche) *Alignement,* để cho các người trong hàng biết rằng không phải trông vào người đứng trụ ở giữa mà đứng đều hàng.

275. --- Muốn xê dịch đi một tí thì người chef section chỉ làm như đã giậy ở N° 199.

ARTICLE II. (Khoản thứ nhì)

Mouvements en colonne
(Các cung bậc khi ở hàng giọc)

276. --- Section khi đương ở hàng giọc mà quay về bên phải, bên trái, quay về đằng sau, khi đứng hay khi đi ; đi lên, đứng lại, trông về đằng trước ; đi lên, đứng lại, quay về đằng sau, mà tập bài mouvements d'armes thì cũng tập như các bài ở Ecole du soldat.

277. --- Trước khi đi, thì thường thường người chef section hô : để súng lên vai đã, rồi lại hô :

En avant --- Marche

Nếu mà người chef groupe xem có thể nhân dịp mà ra hiệu một thể thì giơ thẳng tay lên, rồi hạ ngang về hướng mà mình định đi, mà hô : *Marche*, thì ai ai cũng bước đi cho mạnh, cứ mỗi một hàng ba, thì người nào là ở groupe de-base (xem nº 263) thì phải xem cho vừa khoảng mà đi, còn các người khác trông vào người ấy mà đi cho vừa hàng

Còn các người ở các hàng-giọc thì phải trông nhau mà đi cho thẳng.

Người chef 1ᵉʳ groupe là người homme de base, cứ theo người chef section cách xa 6 bước.

278 — Một section đi mà muốn đổi đi về hướng khác thì người chef section lấy mình mình mà ra hiệu.

Người chef section phải giơ ngang thẳng tay về hướng mà mình định đi đến, mà hô:

Direction (tel point)

Nếu cái đích nào mà không nói cho rõ hiểu được, vậy thì hướng ấy là hướng mà người chef section lấy tay mà chỉ.

Người chef section và người đứng trụ phải quay dần dần về hướng mới định, mà đi thế nào cho hàng cuối cùng không phải đi cố bước.

279 -- Khi đương đồi hướng mà muốn đi ngay, thì hô : (như n' 277.)

Trước khi hô: *en avant*, thì người chef section phải quay mặt về phía mà mình định đi đã, rồi giơ tay lên về hướng định đi thẳng mà hô. *Marche* rồi bỏ tay xuống, rồi nhắc lại người đứng trụ và các người ở trong hàng cứ đi như trước, như đã giậy ở n· 278.

280 -- Một section đương đi rịp ràng. mà chạy hay là thôi không chạy nữa, thì hô :

Pas gymnastique	(sắp chạy)
Marche	(chạy đi)
Pas cadencé	(đi cho rịp ràng)
Marche	(đi)

281 -- Rồi lại đi không cần phải rịp ràng hay là đi như đi đường (*pas de route*) thì hô:

	Sans cadencé	(không cần rịp ràng)
	Marche	(đi)
ou	*Pas de route*	hay là đi như đi đường)
	Marche	(đi)

Khi hô (*Marche*) thì các người đeo súng lên vai.

282 — Trước khi đi cho có rịp ràng thì người chef groupe phải hô cho linh để súng lên vai đã, rồi lại hô :

Pas cadencé	. (phải đi cho rịp ràng)
Marche	(đi)

Nếu mà súng chưa để hẳn lên vai được, thì các người lại chữa lại như khi đeo súng lên vai.

273 --- *Formez les faisceaux*   (Giá súng lại)

Cung bậc này thì phải đứng ra ba hàng giọc. Cứ mỗi một hàng ba thì người ở dữa cầm lấy súng của người bên trái mình, gần chỗ embouchoir rồi để cái đốc súng xuống đất vào khoảng dữa mình và người vừa đưa súng cho miuh, cái nòng súng quay về đẳng sau.

Rồi người ấy lại để đốc súng mình về đẳng trước thẳng vai phải mình, cách xa độ 75 phân tây, cái nòng súng quay về bên trái hai cái móc lưỡi-lê móc chẳng mấy nhau, mà cái móc lưỡi-lê mình hì ở dưới.

Còn người bên phải thì cầm súng mình bằng hai tay, vào khoảng dữa cái embouchoir và cái grenadière, rồi móc cái móc lưỡi-lê mình vào mấy hai móc đã móc chẳn nhau rồi để đốc súng xuống đất vào bên đầu bàn chân trái mình.

Rompez les faisceaux

(Rỡ giá súng ra)

284. — Cứ mỗi một hàng ba, thì người đứng về bên phải và người đứng giữa thì cầm lấy súng gần chỗ embouchoir cũng như đã giậy ở bài giá súng rồi nưng giá súng lên để lấy ra từng khẩu một, rồi cả ba người phải giữ lấy súng mình như cũ, mà để bên đầu bàn chân.

287. — Khi một Section đương đứng hai hàng ngang, cũng có thể giá súng như thế được.

Vậy người Chef phải hô trước lên :

Comptez vous trois
(Đếm từng ba người một)

Các người ở hàng trên và hàng dưới phải đếm ba người một, mà bắt đầu đếm từ bên phải cho đến bên trái.

Khi hô.

Formez les faisceaux
(Giá súng lại)

Nếu các người đứng cách nhau đã có chừng độ rồi, thì người số một và người số ba phải dịch gần vào mấy người số 2 để đứng cho liền nhau. Rồi những người ở hàng trên cũng làm từng fraction ba người một, như đã giậy ở nº 283.

Rồi những người ở hàng sau thì đưa súng cho người đứng trước mình để giựa vào giá súng.

Khi rỡ giá súng ra thì phải làm trái lại mấy cách đã giậy. Rồi người nào vào chỗ người ấy.

288. — Fusil et sac à terre. — để súng và bao súng suống đất. Mỗi một người phải lấy ống chân mà cập đặt lấy súng. Rồi để cái bao ở đẳng trước chân phải mình và để súng lên trên cái bao vào giữa hai cái giây gia courroies ở bên phải, cái đầu khẩu súng về đẳng sau. Làm cách như thế là khi người sếp không muốn giá súng như đã nói ở số 283 à 287.

ARTICLE III. (Khoản thứ ba)
(Passer d'une formation en ligne à une formation en colonne au réciproquement

Đương đứng ở hàng ngang đổi ra hàng giọc, rồi
lại đổi như cũ)

289 — Một Section đương đứng hàng ngang
mà đổi ra hàng giọc :

1° — Một Section đương đứng hàng ngang mà
đổi ra ba hàng giọc mà quay về bên phải hay
là bên trái thì hô :

A droite. -- droite

A gauche. -- gauche

2. — Muốn một section đương đứng hàng
ngang mà đổi ra hàng giọc rồi đi về đẳng
trước thì người chef section hô cho lập thành
ra ba hàng giọc hay là một hàng « à droite »
rồi hô cho đi theo như bài đổi phương hướng
mà đi như đã giậy ở n° 279.

290 — Một section đương đứng hàng giọc mà đổi ra
hàng ngang

1°. -- Một section mà đương đứng ba hàng giọc
mà đổi đứng thành ra hàng ngang, về bên phải
hay bên trái thì hô :

A droite. — droite.

A gauche. — gauche.

2°. -- Khi một section mà đương đứng ba hàng
giọc mà quay về bên phải hay là bên trái thì hô:

Section. — halte.

A droite. — droite.

A gauche. — gauche.

Các người đứng lại bỏ súng xuống đất mà quay mình về bên phải (hay trái) rồi theo vào người ở hướng mình đi đến mà đứng cho ngang hàng.

Người chef lại hô : *Fixe*

3°. — Cung-bậc ấy cũng có thể làm luôn được mà hô :

En ligne face à gauche (droite) Halte

Các người đứng lại bỏ súng xuống đất rồi quay mình về bên phải (hay bên trái) mà đứng cho ngang hàng.

4°. — Một section đương đi ba hàng giọc mà muốn đứng lại toành ra ba hàng ngang mà cũng quay mặt về hướng ấy thì người chef hô :

Vers la gauche en ligne — Halte

Khi hô halte thì người chef groupe về bên trái đứng lại, còn các người ở groupe ấy phải đi chênh chếch về phía trái mà lên ngang hàng mấy người chef groupe mình.

Còn các người chefs và người ở trong hàng groupe khác thì phải chạy theo groupe đầu, rồi tất cả đứng lại cũng như bài : Mouvement Rassemblement en ligne sur 3 rangs.

Rồi người chef section hô : *Fixe*.

Đương ở một hàng hay hai hàng ngang mà đổi
ra hàng giọc, rồi lại đổi lại như cũ,

291 — Vậy các cung bậc này thì theo mà làm cũng như đã giậy ở n° 289 và 290 ; khi nào cần thì cũng nên sắp lính ngay chỗ nơi đất ấy mà quay mặt về hướng mới bảo,

CHAPITRE III. (Đoạn thứ ba)

Exercices d'assouplissement

(Tập bầy trận)

292 — Các bài tập bầy trận trong một section thì cũng giống như các bài tập bầy trận trong một groupe vậy.

Tập như thế là để cho các người trong một groupe cùng tập mấy nhau khi ở trong một section, để cho các cung bậc groupe nọ groupe kia cho hợp mấy nhau.

293 — Người chef section theo như đã giậy ở n° 206, cũng như người chef groupe lúc tập riêng vậy,

Tùy lúc mà bảo người đứng trụ hay là người chef groupe trụ theo mình.

Người chef section giãn quân ra thì cũng làm như người chef groupe giãn quân ra từng équipe một ; Groupe thứ nhì thì cũng làm như équipe tùy vậy, nghĩa là không có nhời truyền gì khác, thì phải chạy về bên phải, còn groupe thứ ba thì phải chạy về bên trái.

INSTRUCTION DU TIR
Cách dậy và học những bài tập

Tirer (Bắn)

Muốn bắn Một phát súng thì phải :

1° -- Pointer l'arme.

(Dương súng lên mà nhắm)

2° -- La maintenir en direction.

(Cầm súng cho chắc thẳng đích)

3° -- Agir sur la détente pour faire partir le coup.

Kéo cái chân tôm về đẳng sau để bắn một phát súng.)

Pointer l'arme
(Dương súng lên mả nhắm vào cái đích)

Pointer là nhắm súng vào đích cho nó thẳng.

Muốn học nhắm súng cho tử-tế thì phải tập như sau rày :

Prendre la ligne de mire (Biết lấy ligne de mire)

Maniement et emploi de la hausse. biết dùng cái thước súng

Viser un point marqué (Nhắm vào một chấm đã chỉ)

Constatation de la régularité de pointage.

(Như khi nhắm thì cứ phải nhắm vào một chỗ)

Prendre la ligne de mire
(Lấy ligne de mire)

Ligne de mire ấy là cái chỗ giữa khe cran de mire mà ngang mấy những mép trên cran de mire và cái ngọn đầu ruồi.

Muốn dậy linh học lấy ligne de mire, thì người dậy đặt khẩu súng lên cái giá súng mà cắt nghĩa cho nó thế nào là ligne de mire, chỉ cho nó bằng ngón tay, hay là bằng sợi chỉ, hoặc cái thước, Hay là vẽ vào mảnh giấy, rồi sau người ấy bảo lính cái cách-thể làm thế nào mà lấy ligne de mire) kiểu cách mình đứng như thế nào. cái đầu thế nào, mắt trái nhắm lại, mắt phải mở ra.

Lính phải trông vào thẳng dữa cran de mire xem có thấy sáng bên tả và bên hữu cái đầu ruồi như nhau, và có thấy cái ngọn đầu ruồi cao ngang vấy mép trên cran de mire

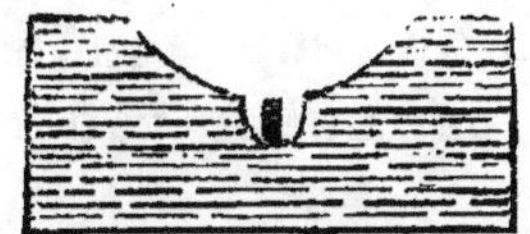

Muốn làm cho linh trông rõ thì người dậy để cái lưỡi dao-con ở trên cran de mire và để bàn tay trước đầu khẩu súng, lính nom vào dưới cái lưỡi dao.

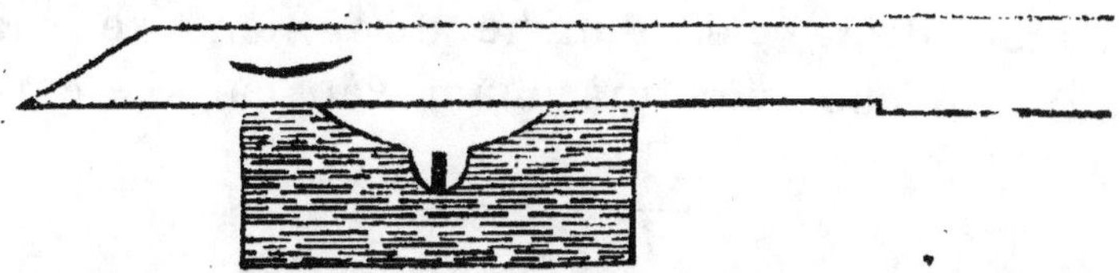

Người dậy bỏ cái tay phải mình rồi bỏ cái lưỡi dao ra.

Hay là vẽ vào trong một mảnh giấy, hay là làm như sau này;

Người dậy lấy một miếng bìa cắt một ít ở một bên, và đặt cái bìa ấy vào quãng khe « chien và manchon », rồi lấy một cái kim mà khoan một lỗ bé ở chỗ trên chien, rồi đặt cái lỗ ấy thẳng vấy **ligne** de mire.

Lính ròm vào cái lỗ ấy thì chỉ xem thấy ligne de mire mà thôi.

Rồi sau người dậy bỏ cái bìa đi và bảo lính nó phải để lại cái bìa cho tử-tế như trước.

Sai đâu thì người dậy phải chữa đấy.

Maniement et emploi de la hausse

(Biết dùng cái thước súng)

1° — Từ 200 thước sắp xuống thì cứ để cái planche nằm mà nhắm vào cái khe ở đầu cái planche.

2 — Từ 200 thước giở lên cho đến 1000 thước thì cứ để cái planche nằm, để cái cur seur vào gradin cho vừa số mà nhắm vào cái khe ở đầu cái planche.

3° — Từ 1200 thước giở lên cho đến 2000 thước thì dựng cái planche đứng lên, xe cái curseur vào cho vừa mà nhắm vào cái khe cur-seur.

Viser un point marqué

(Nhắm vào một cái chấm đã chỉ)

Cái súng để lên trên giá súng. Đẳng trước cách xa độ 10 thước tây thì cắm một cái bìa giấy trắng ; ở dữa cái bìa ấy thì vẽ một cái vòng đen rộng một phân tây.

Người dậy dường súng thẳng vào ở dưới cái vòng đen ấy. Tất cả vòng ấy thì phải ở trên cái ligne de mire mà liền mấy cái đầu ruồi.

Người dậy cho lính nó xem, rồi người ấy động súng đi và bảo lính phải bắt chước làm như thế, lính có làm hỏng cái gì thì phải chữa lại.

Phải tập những các thước súng.

Muốn cho lính nó thực hiểu, thì nên dùng một cái bia cũng như ở đây, hay là một cái bia để vào quãng chien và manchon, hay là dùng cái lưỡi dao để vào cũng được.

Constatation de la régularité de pointage

(Xem như khi nhắm thì cứ phải nhắm vào một chỗ)

Groupement : khi một người bắn mấy phát mà cứ nhắm cùng một « ausse » và một chỗ xem ở trong bia có mấy chấm, cả những chấm ấy là một groupement ; càng nhắm luôn luôn cũng một cách, thì groupement càng tốt hơn.

Muốn xem một người lính biết nhắm một mực luôn luôn hay không, thì làm như sau rày :

Để súng lên trên giá súng, rồi lính cứ lấy ligne de Mire mà nhắm.

Đằng trước cách xa 10 thước tây cắm một cái bia trắng ; ở bên bia có một người cầm một cái que, ở đầu cái que có một cái vòng đen rộng một phân tây, mà ở chính giữa cái vòng ấy dùi một cái lỗ bé.

Người ấy đặt cái vòng ấy lên cái bia, rồi đưa đi sang bên phải hay là bên trái. lên cao hay xuống thấp là cứ theo những nhời của lính đang nhắm.

Lính nào mà nhắm thì phải bảo thế nào để mà đặt cái vòng đen vào thẳng ligne de mire và liền vào trên cái đầu đính súng : nó bảo rằng : bên phải, bên trái, cao lên, thấp xuống

Khi nào cái vòng thẳng mấy ligne de mire thì nó bảo : Marquez là chấm đi.

Người kia chấm một cái vào chỗ giữa vòng đen ở trên bia

Lính cứ làm thế ba bận,

Ba cái chấm ấy dụm lại làm một groupement. Nếu mà ba cái chấm ấy cách xa nhau hơn một phân tây thì là không tốt.

Người dậy bắt lính phải làm lại, và lính nhắm bận nào thì người dậy phải xem ngay và chữa lại.

Nếu mà ba chấm ấy cách xa nhau không đến một phân tây thì là tốt, nghĩa là người lính biết nhắm luôn luôn một cách.

Sau người dậy đặt một cái vòng đen ở trên groupement và xem cái vòng này có được thẳng với ligne de mire không, như không thì phải chữa lại.

Position du tireur. (Cách dùng để bắn)

Làm như đã dậy ở trong « Ecole du soldat »

Placement de l'arme à l'épaule
et Exercices de mise en joue

(Tập dương súng lên vai)

1· *Dans la position du tireur debout.*
(Cách đứng mà bắn)

Nâng súng lên bằng hai tay, chống báng súng vào vai phải, cái khửu tay trái khép lại, tay trái cầm lấy súng ở đằng trước « pontet » khửu tay phải ngang vai phải, tay phải cầm lấy cổ báng súng, ngón tay trỏ duỗi thẳng ra chỗ pontet.

2· *Dans la position du tireur à genou.*
(Cách ngồi mà bắn)

Chống cái khửu tay trái lên trên đùi gần đầu gối, dương súng lên vai, để tay trái lên ở chỗ bên pontet, cầm súng bằng ngón tay cái bên trái và bốn ngón tay khác bên phải, mà bốn ngón tay ấy khít mấy nhau ở bên phải; khửu tay phải ngang vai phải, tay phải cầm lấy cổ báng súng, ngón tay trỏ duỗi thẳng ra chỗ pontet.

3· *Dans la position du tireur couché.*
(Cách nằm mà bắn)

Dương súng lên vai phải, rồi tay trái cũng làm như đã giậy ở bài trước, chống

bằng hai khửu tay, tay phải cầm lấy cổ
báng súng, ngón tay trỏ duỗi thẳng ra chỗ
pontet.

Observations, — (Nhời răn bảo)

Tay phải cầm cổ báng súng cho chặt để
cái ngón tay trỏ kéo cái chân tôm cho rễ.

Cái khửu tay phải thì nâng lên ngang với
vai để mà chống súng vào vai cho tốt.

Hai tay kéo súng về đằng sau mà chống
vào vai cho chặt.

Bắn gần thì cái đốc báng súng phải cao
lên trêu vai một ít, thế thì lính khỏi phải cúi
cái đầu xuống.

Bắn xa từ 1000 thước giở lên, thì cái khửu
tay phải hạ xuống, và đốc súng cũng thế, thế
thì lính khỏi phải nghềnh cổ lêu, còn tay trái
thì để ở chỗ bên pontet; cái ngón tay cái bên
trái, những ngón tay khác bên phải mà khít
mấy nhau ở bên phải, cái cánh tay trái thì
chống vào mình.

Không nên gục đầu về đằng trước quá.

Khi bắn ngồi bễ lính nào có mình giài thì
phải ngồi thấp xuống; còn lính nào có mình
ngắn thì phải để tay phải gần cái pontet.

Khi bắn nằm thì mình phải nằm nghiêng về
bên trái để khỏi phải chống súng vào cái
xương quai-xanh thì đau.

Phải tập luôn luôn, mỗi ngày một ít, thì mới
biết ngắm được và bắn chóng cho tử tế và
cho rễ.

Action du doigt sur la détente

(Ngón tay kéo cái chân tôm về đẳng sau)

Lính đứng như « position du tireur debout mở bộ bàn bông ra, rồi lại đóng bộ bàn bông lại mà đừng lấy nấc nhỏ,

Rồi sau người dậy bảo lính phải đặt cái đốt giữa ngón tay trỏ (tay phải) móc vào cái chân tôm, mà kéo về đẳng sau cho đến khi cái bossette thứ hai đến liền vào dưới boite de culasse.

Sau cứ nghỉ một lát, rồi không có thở nữa mà cứ kéo cái ngón tay trỏ lại dần dần thong thả để mà nổ một phát súng đi,

Khi phát súng nổ đi, thì người bắn phải biết ligne de mire thẳng về đầu và đạn vào chỗ nào.

Exercices de chargement de l'arme

(Bài tậy nạp đạn vào súng)

Charger, décharger, approvisionner, désapprovisionner, cũng làm như đã giậy trong " Ecole du Soldat"

Exécution des feux (Dậy về cách bắn)

Feu à volonté, cũng làm như đã dậy trong "Ecole du Soldat"